ஸ்ரீ லஷ்மியின் சிந்தனைத் துளிகாள்

(சிந்திக்க. சிரிக்க, செயலாற்ற, விழிப்புணர்வெய்த)

ஸ்ரீ.விஜயலஷ்மி

Copyright © G S Vijayalakshmi
All Rights Reserved.

This book has been published with all efforts taken to make the material error-free after the consent of the author. However, the author and the publisher do not assume and hereby disclaim any liability to any party for any loss, damage, or disruption caused by errors or omissions, whether such errors or omissions result from negligence, accident, or any other cause.

While every effort has been made to avoid any mistake or omission, this publication is being sold on the condition and understanding that neither the author nor the publishers or printers would be liable in any manner to any person by reason of any mistake or omission in this publication or for any action taken or omitted to be taken or advice rendered or accepted on the basis of this work. For any defect in printing or binding the publishers will be liable only to replace the defective copy by another copy of this work then available.

விஜயாவின், சிந்தனைத் துளிகள்

(சிந்திக்க. சிரிக்க, செயலாற்ற,
விழிப்புணர்வெய்த)

நற்பெயரென்னும் நல்லறம் கூட்டி,
சிந்தையைக் கெடுக்கும் தீமையைக்
கழித்து,
அறம் பொருளென்ற பேற்றினைப்
பெருக்கி,
இல்லறம் வகுத்தே இனிமையாய்
வாழ்வோம்!

§§§§§§§§§§§

இருளை விரட்டுவோம்

ஒளிவெள்ளத்தில் மூழ்குவோம்
சத்தியப் பாதையைப் பின்பற்றி

நித்தியம் வீறுநடை பயில்வோம்!

§§§§§§§§§§§

வாழ்க்கை என்றதோர் நெடும்பயணத்தில்
வருவோர் போவோர் பலருண்டு
வாழ்ந்து மடிந்தோர் எண்ணற்றோர்
வாழ்வோர் சிலராங்கே என்றென்றும்!

§§§§§§§§§§§

இருளும் ஒளியும் நிறைந்த இப்புவியில்
இன்பமும் துன்பமும் கலந்திட்ட வாழ்வில்
நல்வினைத் தீவினைப் பயனறிந்தே நாம்
நற்பணியியற்றியே நற்பேரடைவோம்

§§§§§§§§§§§

உழைப்பால் உயர்வோம்,

உழைக்கச் செய்வோம்,
உழைப்பின் பெருமையை

உலகெங்கும் பறைசாற்றுவோம்.

§ § § § § § § § § § §

தென்றலின் குளுமையும்,

தீயின் வெம்மையும்,

ஒவ்வொரு சூழலின் தேவைகள். அதைப்போன்றே

வெற்றியும், தோல்வியும்

நேரத்தின் தன்மைகள்.

எது நமதோ அதுவே காலத்தின் பரிசு,

§§§§§§§§§§§

தன்னலமற்ற சேவை தன்னைத
தற்காலத்தில்

தவமாய் இயற்றுவோர்

ஒரு சிலரே.

தலைவணங்கி வாழ்த்துவோம்

அவர்தமை நாளுமே.

§§§§§§§§§§§

மாசற்ற மனமெங்கே?

நேசமுற்ற குணமெங்கே?

வசையற்ற சொல்லெங்கே?

திசையெட்டும் தேடுதெங்கள்
நெஞ்சங்களே!

§ § § § § § § § § § § §

இனிமை தவழ் மாலைப் பொழுதே!

இதயம் வருடும் தீந்தென்றலே!

கூறிமகிழ்வாய் இறையமுதைப்

பாடிப்பருகுவாய்!

§§§§§§§§§§§

வளர்ச்சியோ வீழ்ச்சியோ

உழைப்பின் உயர்வே பெருமிதம்

உண்மையின் உறைவிடம் சிகரம்

§§§§§§§§§§§

விதையாய் விளங்கும் கலாச்சாரத்தை

விருட்சமாய் வளர்ந்து தழைத்தோங்கும்

பண்பாட்டை

பேணிக்காத்துப் பெருமை சேர்ப்போம்.

நம்பிக்கை வானில் சிறகடித்துப் பறக்கும்

விண்மீன்களே அயராா உழைப்பு

§§§§§§§§§§§§

தன்னம்பிக்கையைத் தளரச் செய்யும்

தாழ்வு மனப்பான்மையை

தலைதெறிக்க ஓடச்செய்வோம்

வீறுநடை பயின்றே

வெற்றிக்கனி எட்டுவோம்!

§§§§§§§§§§§§

வளர்ச்சிப் பாதையின் ஒளியே உழைப்பு

வீழ்ச்சி அதுவோ சோம்பலின் தாக்கம்

உழைப்பில் ஊறு (துன்பம்) ஒன்றில்லை

என்றும் வெற்றிக்கனியே அதன்விளைவு
கையில்.

§§§§§§§§§§§

நலம் யாவும் பெறவேண்டின்

நற்சிந்தனை வேண்டும்

நற்சிந்தனை வந்தபின்

நற்கதி கிட்டும் தானே!

§§§§§§§§§§§

நாகரிக உணவின் மாற்றத்தால்

நாளும் பெருகிவரும் நோயதனை

நாவின் சுவைக்கு அடிமையாகி

நீங்காமல் பற்றிப் பிந்தொடர்ந்தே

நிலைதடுமாறும் மனமே நீ

நீடூழி வாழ்வது எங்கனமோ?

§§§§§§§§§§§§

நிலையற்ற செல்வத்தை நாடி

நிலைகுலையும் சிந்தையைத் தடுத்து

நிலையான பேற்றினை

சிந்திக்கச் செய்வாய் எந்தை நீயே!

§ § § § § § § § § § §

அநீதியின் வென்றியும்,

அதர்மத்தின் கொக்கரிப்பும்

ஒருநாளும் நீதியை வெல்ல முடியாது.

இதனை மறந்தால்,

மறந்தவன் மூடனேயன்றி

வேறென்சொல்வேன் இறைவா!

அவர்களும் திருந்திவாழ நல்லருள்
புரியாயோ!

§ § § § § § § § § § §

நற்சிந்தனை நற்பண்புகளால்

எய்தும் கிடைத்தற்கரிய பலனே

நற்பேரடையும் நன்மார்க்கமாகும்.

§ § § § § § § § § § §

பண்பைக் குலைக்கும் புதற்றத்தை

பரிகசித்தே நாம் வெறுத்திடுவோம்

பள்ளத்தில் வீழ்த்து பயத்தினையே

வெள்ளத்தில் மூழ்கி அழித்திடுவோம்.

§ § § § § § § § § § §

கிடைத்தற்கரிய இம்மானுட வாழ்வில்

செம்மைச் செயலாற்றி, தனமீட்டி,

தவமியற்றி, பேரும் புகழும் நிலைநாட்டி

மங்காப் புகழ்பெற்று வாழ்வாங்கு
வாழ்வோம்.

§ § § § § § § § § § §

அறிவொளி நல்கிடும் கல்வியும்

அறமியற்ற உதவும் நற்செல்வமும்

அனுதினமும் நல்கியருள் இறையருளை

அகமகிழ்வுடனே போற்றிப் பரவுவோம்

பாரினிலே நாளும் நாம்.

§§§§§§§§§§§§

வானம் என்ற பரப்பினிலே

விண்மீன் குவியல் விரிப்பினிலே

நிலவுப் பெண்ணாய் மிளிர்கின்றாய்!

நெஞ்சை வருடும் அழகெனவே,

நிறையருள் இறை நீ திகழ்கின்றாய்!

§§§§§§§§§§§§

சிந்தனை என்பது மன ஓட்டம்

சிற்பம் அதனின் புறத்தோற்றம்

புதுமை அதனின் வெளிப்பாடு

புரிந்துகொண்டால் புத்துணர்வு

$ $ $ $ $ $ $ $ $ $ $

வாழ்க்கை என்பது போராட்டம்

இன்ப துன்பங்கள் நீரோட்டம்

நல்வினை தீவினை சதிராட்டம்

பற்றற்ற நிலையே தேரோட்டம்

$ $ $ $ $ $ $ $ $ $ $

திட்டமிடலில் விழிப்புணர்வும்,

செயல் முனைப்பில் தன்னம்பிக்கையும்

இருக்குமேயானால்,

கிட்டும் வெற்றி தன்னாலே!

§§§§§§§§§§§

தன்னிச்சையாக வாழ்வதல்ல சுதந்திரம்

நாடும் வீடும் பெருமை பட வாழ்ந்து

போற்றுதற்கரிய செயல்களத் திறம்படச்
செய்து

வெற்றிக்கனியை எட்டுதலே சுதந்திரம்

உயர்ச்சி என்பது பணிவினிலே,

வீழ்ச்சி என்பது அகந்தையிலே,

சுயநலமற்ற பணிவே வாழ்வின்

உண்மை உயர்ச்சி என்றாகும்.

§§§§§§§§§§§

உழைப்பை நல்கி வாழ்வோரையும்

உழைப்பை உறிஞ்சி ஏய்ப்போரையும்

வாழவைக்கும் வியனுலகே!

விந்தை புரிந்தே கண்சிமிட்டி

வேடிக்கை காட்டும் எந்தையை

ஏனோ மறந்தனை நாளும் நீயே!

§§§§§§§§§§§§

தடம் மாறிப் போவோரும்

தடம் பதித்து வாழ்ந்தோரும்

தடம் தெரியாதலைவோரும்

தரணியில் தானே இருக்கின்றார்.

§§§§§§§§§§§§

வசந்தம் என்பது மனதினிலே

வருத்தம் என்பதும் மனதினிலே

வாழ்வோ வீழ்வோ எதுவுமில்லை

வையகம் என்ற மாய்யையிலே!

§§§§§§§§§§§

வரவும் செலவும் புதிதல்ல

வந்த பாதையில் சென்றுவிடும்

நிலையாய் நிற்பது எதுவுமில்லை

நித்தம் உணர்ந்தால் தொல்லையில்லை.

§§§§§§§§§§§

வா வா என்றே அழைத்தாலும்

வருவது தானே வந்தெய்தும்

போ போ என்றே விரட்டிடினும்

துரத்தும் நாளும் கர்மவினை.

§§§§§§§§§§§

கும்பம் எடுத்தாள் கோமளா

கம்பு சுழற்றினான் கலையழகன்

ஊரலர் பேசினர் ஒருசாரார்

வேடிக்கை விநோதம் ஒருபுறமிருக்க

வேண்டிக் களித்தோர் சிலராங்கே!

வெள்ளித் தேரோட்ட வீதியிலே!

§§§§§§§§§§§

சரித்திரம் அனைவரும் படைத்திடலாம்

சாதனைநாளும் புரிந்திடலாம்

விழித்திடும் உள்ளம் திகழ்ந்திட்டால்.

§§§§§§§§§§§

தன்வழி நடத்தல் தவறன்று

தன்வழி பிறர்க்கு நல்வழியாயின்

§§§§§§§§§§§

நலிவுற்றோர் என்று யாரும் இரார்

உதவிக்கரம் நீட்டும்

ஈரநெஞ்சாளர்கள் உள்ளவரை

§§§§§§§§§§§

வாழ்க்கை முன்னேற்றத்திற்காக

கனவு காணலாம்... ஆனால்

அது அர்த்தமுள்ளதாய் இருந்தால்
மட்டுமே

பயனுள்ளதாக அமையும்

§§§§§§§§§§§

எறும்பின் சுறுசுறுப்பும்

ஓடும் முயலின் வேகமும்

அசையும் யானையின் நினைவாற்றலும்

மனிதா நீயும் கொண்டால்

வெற்றி திண்ணமே!

§§§§§§§§§§§

கனத்த இதயத்தை

கனிவான சொல் ஆற்றும்

§§§§§§§§§§§

இனிமைகள் பெருகி இதயங்கள் மலர்ந்து

இன்பவொளி பரவட்டும்

இனிய தீபாவளித்

திருநாள் நல்வாழ்த்துக்கள்!

§§§§§§§§§§§§§

வசைபாடும் வாய்களை (திட்டும்)

இசைபாட(புகழ) வைக்கும் சக்தி

தராணியில்(உலகில்) தமிழுக்கே உண்டு

§§§§§§§§§§§§§

காற்றில் படகு அசைந்தாடும்

கவியியில் உலகம் இசைபாடும்

ஊற்றால் உலகம் உய்த்துண்ணும்

இறையருளால் மனமும் அமைதியுறும்

§§§§§§§§§§§

புடம் போட்ட சொக்கத் தங்கமாய்

ஒருவரை உயர்த்துவது

பட்டறிவே!

§§§§§§§§§§§

என்றென்றும் எப்பொழுதும்

எல்லாக் காலங்களிலும்

மாறாததும். மாற்ற முடியாததும்

சத்தியம் மட்டுமே!

§§§§§§§§§§§§

உதட்டுச் சிரிப்பும், உள்ள வெறுப்பும்

பொய்மைப் பாராட்டும், போலிப் பகட்டும்

சுயநலப் பித்தும், வஞ்சப் புகழ்ச்சியும்

பிறர் உழைப்பைச் சுரண்டி வாழும்
தன்மையும்

கொண்டொழுகும் தன்மை
உள்ளோரிடமிருந்து

இறையே எம்மைக் காத்தருள்வாய்!

§§§§§§§§§§§§

தளரா முயற்சியே

தடையற்ற வெற்றிகளை குவிக்கும்.

§§§§§§§§§§§

தன்னலம் கருதா சேவையும்

உண்மை உழைப்பு உயர்வும்

இறைவன் விரும்பும் நிலையாகும்

தோல்வி ஒருபோதும் இல்லை அங்கே

§§§§§§§§§§§

வெற்றியும் தோல்வியும் நம்கையில்

விழுந்தால் தோல்வி எழுந்தால் வெற்றி

முயன்றால் தானே கிட்டும் வெற்றி?

§§§§§§§§§§§

சிந்தித்தால் சக்தி பிறக்கும்

செயல்பட்டால் வெற்றி கிட்டும்

§§§§§§§§§§§

கற்றால் கல்வி பெற்றால் பொருட்செல்வம்

உற்றால் இன்பதுன்பம்

பற்று விட்டால் மட்டுமே முக்தி

§§§§§§§§§§§

வளநலன்கள் யாவும் நிலைக்கும்

ஒரே வழி,

ஆழ்ந்த இறைவழிபாடு மட்டுமே

§§§§§§§§§§§§

வல்லமை புரிவாள் ஜெயசக்தி

வாழ்வில் தொடர்வெற்றி பெற்றிடவும்

தோல்வியை நாளும் புறந்தள்ளிவிட்டு

துவளா மனம் தன்னை பெற்றுய்ய!

§§§§§§§§§§§§

கற்றவர்க்கு என்றும் இல்லை தலைகுனிவு

உறுபொருள் ஒன்றும் இல்லையாயினும்

கற்றகல்வி தலைநிமிர்ந்து வாழவைக்கும்

§§§§§§§§§§§

கற்கண்டு கனிரசமும் கருப்பஞ்சாறும்

கலந்திசைத்த கானமதை

தாமரைப் பூவிதழ் பொற்பாதங்களில்

பணிவுடன் பைங்கொடியாள்

நான் சமர்ப்பிக்க

மனமுவந்து மகிழ்ச்சி பொங்க

மலர்கொடியே என் அன்பு அன்னையே!

எழுந்தருள்வாயே!

§§§§§§§§§§§§

வல்லமை புரிவாள் சிவசக்தி

வாகைத் தருவது ஜெயசக்தி

இடரினைக் களைவது இச்சாசக்தி

ஊக்கம் தருவாள் கிரியா சக்தி

ஆற்றல் தருவது ஞானசக்தி

அனைத்தையும் அருள்வாள் நவசக்தி.

§§§§§§§§§§§§

கவிதைக் கடிதம் கட்டுரைகள்

சிறுகதை காவியம் படைத்திடலாம்

சாதனை பலவும் புரிந்திட்டே

சரித்திர வானில் பறந்திடலாம்

என்னையும் எழுத்தையும் கன்னெனவே

கொண்டோர் எவரும் இப்புவியில்.

வாழ்க வையகம் வாழ்க வளமுடன்.

சிந்தனைத் துளிகள் தொடரும்.......
அன்புடன் ஸ்ரீ.விஜயலஷ்மி